Mchuzi wa Nyanya wa Jumamosi

Grandma's Saturday Soup

Written by Sally Fraser

Illustrated by Derek Brazell

Swahili translation by Scholastica Cashdan

Jamatatu asubuhi Mama aliniamusha mapema.
"Amka Mimi na uvae nguo za shule."
Nilipanda kutoka kitandani nikiwa na usingizi na uchofu,
na nikavuta pazia.

Monday morning Mum woke me early.
"Get up Mimi and get dressed for school."
I climbed out of bed all sleepy and tired,
and pulled back the curtains.

Asubuhi kulikuwa na mawingu na baridi.
Mawingu angani yalikuwa meupe na kama sufi.
Yalinikumbusha vipande vya mandazi ndani ya
mchuzi wa Nyanya wa Jumamosi.

The morning was cloudy and cold.
The clouds in the sky were white and fluffy.
They reminded me of the dumplings in Grandma's Saturday Soup.

*Nyanya huniambia hadithi kuhusu Jamaica
nikienda kwa nyumba yake.*

Grandma tells me stories about Jamaica when I go to her house.

"Mawingu ya Jamaica huleta mvua nyingi.
Ni kama mtu amefungua mfereji wa maji mpinguni.
Upepo wa joto unayasongesha na jua latokea tena."

"The clouds in Jamaica bring the heaviest rain.
It's like someone has turned the tap on in the sky.
The warm breeze moves them on and the sun comes out again."

Jumanne asubuhi Baba alinipeleka shuleni.
Siku ilikuwa baridi na kavu; theluji ilikuwa imeanguka usiku.

Tuesday morning Dad took me to school.

The day was cold and crisp; it had snowed in the night.

Ni nyeupe na laini na inaonekana kama ndani ya kipande cha kiazi kikuu.
Sawa kama kiazi kikuu ndani ya mchuzi wa Nyanya wa Jumamosi.

It's white and smooth and looked like the inside of a sliced yam.
Just like the yam in Grandma's Saturday Soup.

Nyanya huniambia ya kwamba mchanga mweupe kama uvumbi kwenye pwani unaonekana kama theluji mpya lakini siyo baridi.

Grandma tells me that the white powdery sand on the beaches looks like fresh snow but it's never cold.

Sijui kama ninaweza kutengeneza mtu
wa mchanga na mchanga mweupe?
Hiyo haingekuwa mzaha?!

I wonder if I could make a sandman with the white sand?
Wouldn't that be funny?!

Jumatano theluji ilianguka kwa nguvu zaidi.
Kulikuwa baridi lakini nilijifunika ili
nipate joto.
*Nyanya huniambia hadithi kuhusu Jamaica
nikienda kumona nyumbani kwake.*

Wednesday the snow fell harder. It was cold but I was wrapped up warm.
Grandma tells me stories about Jamaica when I go to her house.

"*Jua lawaka kila siku. Jua ni joto kwa ngozi yako na unatakikana tu kuvaa suruali fupi na t-shati yako.*"
Joto kila siku? Suruali fupi na t-shati? Siamini hiyo.

"*The sun shines every day. The sun is warm on your skin and you only need to wear your shorts and a T-shirt.*"
Warm every day? Shorts and T-shirt? I can't believe that.

Katika mchezo wa mchana tulitengeneza
mipira ya theluji na tukarushiana.

At afternoon play we made snowballs
and threw them at each other.

The snowballs remind me of the round soft potatoes in Grandma's Saturday Soup.

Mipira ya theluji yalinikumbusha viazi laini vya mviringo ndani ya mchuzi wa Nyanya wa Jumamosi.

Jumanne nilienda katika maktaba baada ya shule
na rafiki yangu Layla na mama yake.

On **Thursday** I went to the library
after school with my friend Layla
and her Mum.

Tulipopita bustani tuliona shina za mimea zikianza kumea. Matawi changa ya rangi ya kijani kibichi yalitokea katika theluji. Yalionekana kama kitunguu ndani ya mchuzi wa Nyanya wa Jumamosi.

As we passed the park we saw the little bulbs starting to grow. The little green shoots poked through the snow. They looked like the spring onions in Grandma's Saturday Soup.

Grandma tells me about the wonderful plants and flowers in Jamaica.
"In Jamaica the most beautiful flowers grow wild.
They are all different colours and sizes
and their smell fills the air."
I've never seen flowers like that before,
I wonder if she's only joking?

Nyanya huniambia kuhusu mimea na maua ya ajabu ya Jamaica.
"Kwa Jamaica maua ya kupendeza sana yamea mwituni. Yote ina rangi na ukubwa tofauti na harufu yake inajaza hewa."
Sijaona maua kama hiyo mbeleni. Sijui kama anafanya mzaha?

Ijumaa Mama na Baba walichelewa kazini.
"Harakisha Mimi, chagua kipande cha tunda cha kupeleka shuleni."

On **Friday** Mum and Dad are late for work.

"Hurry Mimi, choose a piece of fruit to take to school."

Nilitazama bakuli iliyojaa matunda.
Nichague chungwa, tofaa au 'pear'?
Tofaa na 'pear'; rangi zake na umbo ilinikumbusha
cho-cho ndani ya mchuzi wa Nyanya wa Jumamosi.

I looked at the bowl full of fruit.

Should I choose an orange, an apple or a pear?

The apple and pear; their colour and shape remind me

of the cho-cho in Grandma's Saturday Soup.

Nyanya huniambia kuhusu matunda ya Jamaica.
"Kwa Jamaica unaweza kutembea kwenda shule na ukatunda kipande
cha tunda kutoka kwa mti, embe mbivu enye maji matamu."

Grandma tells me about the fruits in Jamaica.

"In Jamaica you can walk to school and pick a piece of fruit

from a tree, a ripe mango all juicy and sweet."

Baada ya shule, kunifurahisha kwa kupata alama nzuri, Mama na Baba walinipeleka kwa sinema.
Tulipofika pale jua lilikuwa linawaka, lakini kulikuwa bado baridi.
Nadhani wakati wa mwaka kati ya baridi na joto unakuja.

After school, as a treat for good marks, Mum and Dad took me to the cinema.

When we got there the sun was shining, but it was still cold.

I think springtime is coming.

Sinema ilikuwa nzuri na tulipotoka nje jua lilikuwa linatua juu ya mji. Lilipotua lilikuwa kubwa na lenye rangi la dhahabu nyekundu sawa-sawa kama boga ndani ya mchuzi wa Nyanya wa Jumamosi.

The film was great and when we came out the sun was setting over the town.

As it set it was big and orange just like the pumpkin in Grandma's Saturday Soup.

*Nyanya huniambia kuhusu jua lichapo na jua lituapo kwa Jamaica.
"Jua lachomoka mapema na linakufanya usikie vizuri na tayari
kwa siku yako."*

Grandma tells me about the sunrise and sunsets in Jamaica.

"The sun rises early and makes you feel good and ready for your day."

"Likitua na mwezi utokee unafuatana na nyota milioni ambayo yanaonekana kama almasi ya kumetameta angani usiku."
Nyota milioni, siwezi kudhan nyingi hivyo.

"When it sets and the moon comes out she is followed by a million stars that look like diamonds twinkling in the night sky."
A million stars, I can't even imagine that many.

Jumamosi asubuhi nilienda kwa darasa langu la kucheza. Muziki ilikuwa ya polepole na ya huzuni.

Saturday morning I went to my dance class. The music was slow and sad.

Nyanya huniambia kuhusu mwendo wa muziki ya 'calypso'
na ngoma za pua, ya watu wakicheza chini ya kivuli cha mti.
Mti wa ajabu na matawi ndevu yanayoonekana kama uzi wa
ngozi kutoka kwa ndizi ya kijani kibichi.
"Muziki yakufurahisha na yakufanya utamani kucheza."

Grandma tells me about the rhythms of calypso music and steel drums,
of people playing under the shade of a tree. A wonderful tree with long
leaves that look like the strands of skin from a green banana.
"The music makes you happy and want to dance."

Mama alinichukuwa baada ya darasa. Tulienda kwa gari.
Tulienda chini ya barabara na kupita shule yangu. Tuligeuza kwa kushoto kwenye bustani na kupita maktaba. Katika mji, kulikuwa na sinema na siyo mbali sana sasa.

Mum picked me up after class. We went by car.
We drove down the road and past my school. We turned left at the park and on past the library. Through the town, there's the cinema and not much further now.

Nilisikia njaa. Njaa kweli. Mwishowe tuliwasili kwa Nyanya.

I was hungry. Really hungry. At last we arrived at Grandma's.

Nilikimbia kwa mlango wa mbele na ningenusa harufu tamu.
Ni ndizi ya kijani kibichi, cho-cho na kiazi kikuu, vipande vya mandazi, kiazi na boga…

I ran to the front door and could smell a delicious smell.
It's green bananas, cho-cho and yams, dumplings, potato, and pumpkin…

kitunguu, kuku, kipimo kidogo cha viungo vya
nchi ya Nyanya na mchuzi wa kuku mwingi.
Ni mchuzi wa Nyanya wa Jumamosi!

spring onions, chicken, a good pinch of Grandma's
country seasoning and a lot of chicken stock.
It's Grandma's Saturday Soup!

Jumapili tulikuwa na rafiki zetu nyumbani kwa chakula cha jioni.
Mama na Baba ni wapishi wazuri, chakula chao ni kizuri lakini chakula
nikipendacho duniani kwote ni mchuzi wa Nyanya wa Jumamosi.

On **Sunday** we had friends at our house for dinner.
Mum and Dad are good cooks, their food is nice but my favourite
food in the whole wide world is **Grandma's Saturday Soup**.